For Anna
M.W.

For Sebastian,
David & Candlewick
H.O.

Published by arrangement with Walker Books Ltd, London

Dual language edition first published 2006
by Mantra Lingua
Global House, 303 Ballards Lane, London N12 8NP
http://www.mantralingua.com

ਕਿਸਾਨ ਦੀ ਬੱਤਖ

FARMER DUCK

written by
MARTIN WADDELL

illustrated by
HELEN OXENBURY

mantra lingua

ਇੱਕ ਵਾਰੀ ਦੀ ਗੱਲ ਹੈ ਇੱਕ ਬੱਤਖ ਹੁੰਦੀ ਸੀ ਜਿਸਦੀ ਮਾੜੀ
ਕਿਸਮਤ ਇਹ ਸੀ ਕਿ ਉਹ ਇੱਕ ਬੁੱਢੇ ਅਤੇ ਆਲਸੀ ਕਿਸਾਨ
ਨਾਲ਼ ਰਹਿੰਦੀ ਸੀ।
ਬੱਤਖ ਸਾਰਾ ਕੰਮ ਕਰਦੀ ਰਹਿੰਦੀ ਅਤੇ ਕਿਸਾਨ ਸਾਰਾ ਦਿਨ
ਵਿਹਲਾ ਮੰਜੇ ਤੇ ਪਿਆ ਰਹਿੰਦਾ ਸੀ।

There once was a duck who had the bad luck
to live with a lazy old farmer.
The duck did the work.
The farmer stayed
all day in bed.

ਬੱਤਖ ਖੇਤਾਂ ਨੂੰ ਗਈ ਅਤੇ ਗਾਂ ਨੂੰ ਲੈ ਕੇ ਆਈ।
"ਕੰਮ ਕਿੱਦਾਂ ਚਲ ਰਿਹਾ ਹੈ?" ਕਿਸਾਨ ਨੇ ਪੁੱਛਿਆ।
ਬੱਤਖ ਨੇ ਜਵਾਬ ਦਿੱਤਾ,
"ਕੈਂ ਕੈਂ!"

The duck fetched the cow from the field.
"How goes the work?"
called the farmer.
The duck answered,
"Quack!"

ਬੱਤਖ ਪਹਾੜੀ ਤੋਂ ਭੇਡਾਂ ਨੂੰ ਲੈ ਕੇ ਆਈ।
"ਕੰਮ ਕਿੱਦਾਂ ਚਲ ਰਿਹਾ ਹੈ?" ਕਿਸਾਨ ਨੇ ਪੁੱਛਿਆ।
ਬੱਤਖ ਨੇ ਜਵਾਬ ਦਿੱਤਾ,
"ਕੈਂ ਕੈਂ!"

The duck brought the sheep from the hill.
"How goes the work?" called the farmer.
The duck answered,
"Quack!"

ਬੱਤਖ ਨੇ ਕੁਕੜੀਆਂ ਨੂੰ ਉਹਨਾਂ ਦੇ ਖੁੱਡੇ ਵਿੱਚ ਪਾਇਆ।
"ਕੰਮ ਕਿੱਦਾਂ ਚਲ ਰਿਹਾ ਹੈ?" ਕਿਸਾਨ ਨੇ ਪੁੱਛਿਆ।
ਬੱਤਖ ਨੇ ਜਵਾਬ ਦਿੱਤਾ,
"ਕੈਂ ਕੈਂ!"

The duck put the hens in their house.
"How goes the work?"
called the farmer.
The duck answered,
"Quack!"

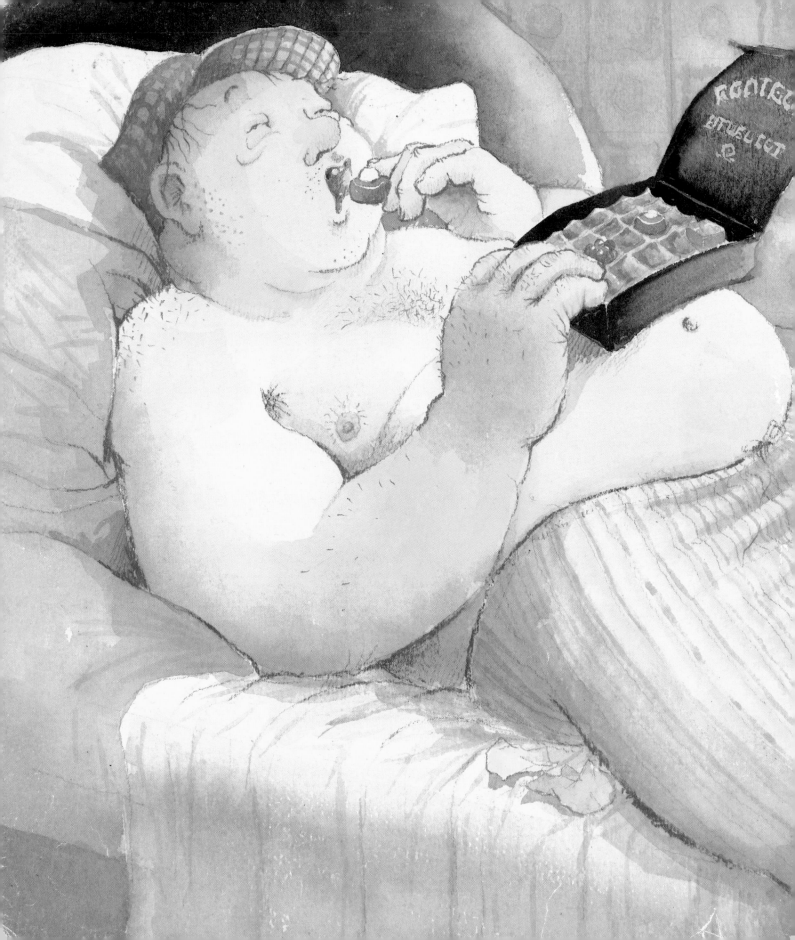

ਸਾਰਾ ਦਿਨ ਮੰਜੇ ਤੇ ਪਿਆ ਰਹਿਣ ਕਰਕੇ ਕਿਸਾਨ ਮੋਟਾ ਹੋ ਗਿਆ
ਅਤੇ ਵਿਚਾਰੀ ਬੱਤਖ ਸਾਰਾ ਦਿਨ ਕੰਮ ਕਰ ਕਰਕੇ ਅੱਕ ਗਈ।

The farmer got fat through staying in bed
and the poor duck got fed up
with working all day.

"ਕੰਮ ਕਿੱਦਾਂ ਚਲ ਰਿਹਾ ਹੈ?"
"ਕੈਂ ਕੈਂ!"

"How goes the work?"
"QUACK!"

"ਕੰਮ ਕਿੱਦਾਂ ਚਲ ਰਿਹਾ ਹੈ?"
"ਕੈਂ ਕੈਂ!"

"How goes the work?"
"QUACK!"

"ਕੰਮ ਕਿੱਦਾਂ ਚਲ ਰਿਹਾ ਹੈ?"
"ਕੈਂ ਕੈਂ!"

"How goes the work?"
"QUACK!"

"ਕੰਮ ਕਿੱਦਾਂ ਚਲ ਰਿਹਾ ਹੈ?"
"ਕੈਂ ਕੈਂ!"

"How goes the work?"
"QUACK!"

"ਕੰਮ ਕਿੱਦਾਂ ਚਲ ਰਿਹਾ ਹੈ?"
"ਕੈਂ ਕੈਂ!"

"How goes the work?"
"QUACK!"

"ਕੰਮ ਕਿੱਦਾਂ ਚਲ ਰਿਹਾ ਹੈ?"
"ਕੈਂ ਕੈਂ!"

"How goes the work?"
"QUACK!"

ਵਿਚਾਰੀ ਬੱਤਖ ਉਨੀਂਦੀ, ਰੋਣਹਾਕੀ
ਅਤੇ ਥੱਕੀ ਹੋਈ ਸੀ।

The poor duck was sleepy
and weepy
and tired.

ਕੁਕੜੀਆਂ, ਗਾਂ ਅਤੇ ਭੇਡ ਬਹੁਤ ਪਰੇਸ਼ਾਨ ਤੇ ਦੁਖੀ ਹੋ ਗਏ।
ਉਹ ਬੱਤਖ ਨੂੰ ਬਹੁਤ ਪਿਆਰ ਕਰਦੇ ਸਨ। ਇਸ ਲਈ ਇੱਕ
ਚਾਂਦਨੀ ਰਾਤ ਨੂੰ ਉਹ ਇਕੱਠੇ ਹੋਏ ਅਤੇ ਸਵੇਰ ਨੂੰ ਕੀ
ਕਰਨਾ ਹੈ ਇਸ ਲਈ ਇੱਕ ਸਕੀਮ ਬਣਾਈ।

ਗਾਂ ਨੇ ਕਿਹਾ, "ਮੂ ਮੂ!"
ਭੇਡਾਂ ਨੇ ਕੀਤੀ, "ਭੈਂ ਭੈਂ!"
ਕੁਕੜੀਆਂ ਨੇ ਕੀਤੀ, "ਕੁੜ ਕੁੜ!"
ਅਤੇ ਇਹ ਉਹੀ ਸਕੀਮ ਸੀ
ਜਿਹੜੀ ਉਹਨਾਂ ਸੋਚੀ ਸੀ।

The hens and the cow
and the sheep got very
upset.
They loved the duck.
So they held a meeting
under the moon and
they made a plan
for the morning.

    "MOO!" said the cow.
    "BAA!" said the sheep.
    "CLUCK!" said the hens.
    And THAT was the plan!

ਸਵੇਰੇ ਤੜਕਾ ਹੋਣ ਤੋਂ ਪਹਿਲਾਂ ਦਾ ਸਮਾਂ ਸੀ ਅਤੇ ਫਾਰਮਯਾਡ ਵਿੱਚ ਖਮੋਸ਼ੀ ਸੀ। ਘਰ ਦੇ ਪਿਛਲੇ ਦਰਵਾਜ਼ੇ ਰਾਹੀਂ ਹੌਲੀ ਹੌਲੀ ਗਾਂ, ਭੇਡਾਂ ਅਤੇ ਕੁਕੜੀਆਂ ਘਰ ਦੇ ਅੰਦਰ ਵੜ ਗਈਆਂ।

It was just before dawn and the farmyard was still.
Through the back door and into the house
crept the cow and the sheep and the hens.

ਉਹ ਦੱਬੇ ਪੈਰੀਂ ਡਿਉੜੀ ਵਿੱਚ ਗਏ ਅਤੇ ਚਿੜ ਚਿੜ ਕਰਦੀਆਂ ਪੌੜੀਆਂ ਦੀ ਆਵਾਜ਼ ਵਿੱਚ ਹੌਲੀ ਹੌਲੀ ਉੱਪਰ ਚੜ੍ਹੇ।

They stole down the hall.
They creaked
up the stairs.

ਉਹ ਕਿਸਾਨ ਦੇ ਮੰਜੇ ਹੇਠਾਂ ਘੁਸੜ ਕੇ ਪਲਸੇਟੇ ਮਾਰਣ ਲੱਗੇ। ਮੰਜਾ ਹਿੱਲਣ ਲੱਗਾ ਤਾਂ ਕਿਸਾਨ ਨੂੰ ਜਾਗ ਆ ਗਈ ਅਤੇ ਉਸਨੇ ਕਿਹਾ "ਕੰਮ ਕਿੱਦਾਂ ਚਲ ਰਿਹਾ ਹੈ?" ਅਤੇ...

They squeezed under the bed of the farmer and wriggled about. The bed started to rock and the farmer woke up, and he called, "How goes the work?" and...

"ਮੂ ਮੂ!"
"ਭੈਂ ਭੈਂ!"
"ਕੁੜ ਕੁੜ!"

"MOO!"
"BAA!"
"CLUCK!"

ਤਦ ਜਦੋਂ ਉਹਨਾਂ ਨੇ ਉਸਦਾ ਮੰਜਾ ਚੁੱਕ ਲਿਆ ਤਾਂ ਉਹ ਰੌਲ਼ਾ ਪਾਉਣ ਲੱਗਾ। ਉਹਨਾਂ ਨੇ ਬੁੱਢੇ ਕਿਸਾਨ ਨੂੰ ਇੱਧਰ ਉੱਧਰ ਉਛਾਲ ਕੇ, ਇਕਦੱਮ ਮੰਜੇ ਉੱਪਰੋਂ ਧੜੰਮ ਕਰਕੇ ਜ਼ਮੀਨ ਤੇ ਸੁੱਟ ਦਿੱਤਾ...

They lifted his bed and he started to shout, and they banged and they bounced the old farmer about and about and about, right out of the bed...

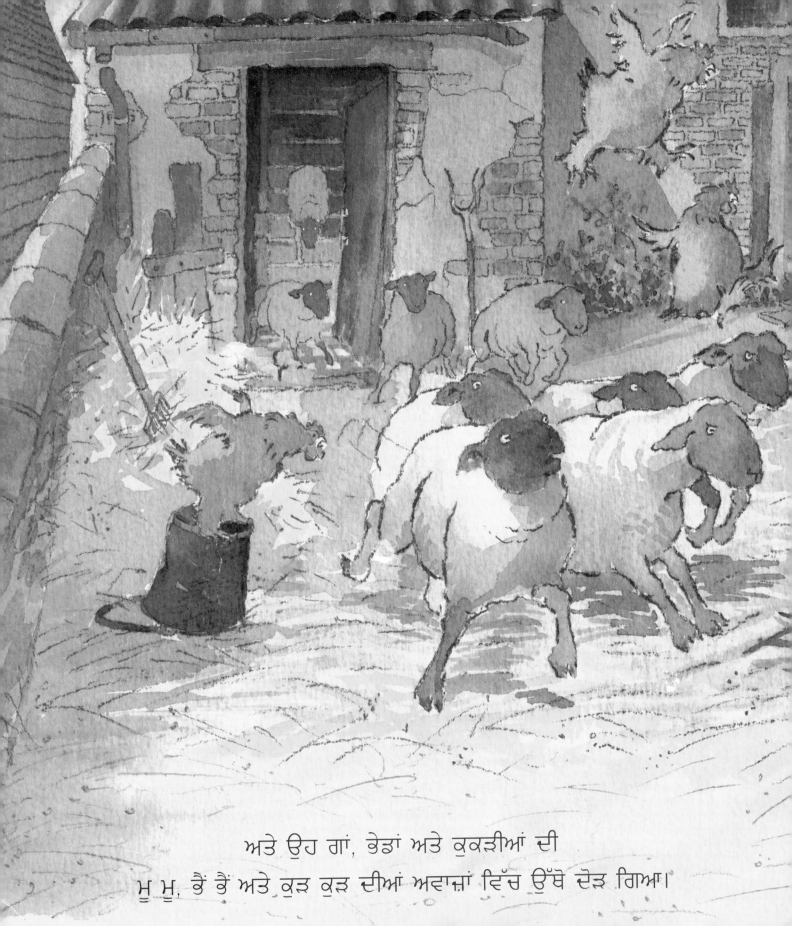

ਅਤੇ ਉਹ ਗਾਂ, ਭੇਡਾਂ ਅਤੇ ਕੁਕੜੀਆਂ ਦੀ
ਮੂ ਮੂ, ਭੈਂ ਭੈਂ ਅਤੇ ਕੁੜ ਕੁੜ ਦੀਆਂ ਅਵਾਜ਼ਾਂ ਵਿੱਚ ਉੱਥੋ ਦੋੜ ਗਿਆ।

and he fled with the cow and the sheep and the hens
mooing and baaing and clucking around him.

ਰਸਤੇ ਦੇ ਵਿੱਚੋਂ...
"ਮੂ ਮੂ!"

Down the lane...
"Moo!"

ਖੇਤਾਂ ਦੇ ਵਿੱਚੋਂ...
"ਭੈਂ ਭੈਂ!"

through the fields...
"Baa!"

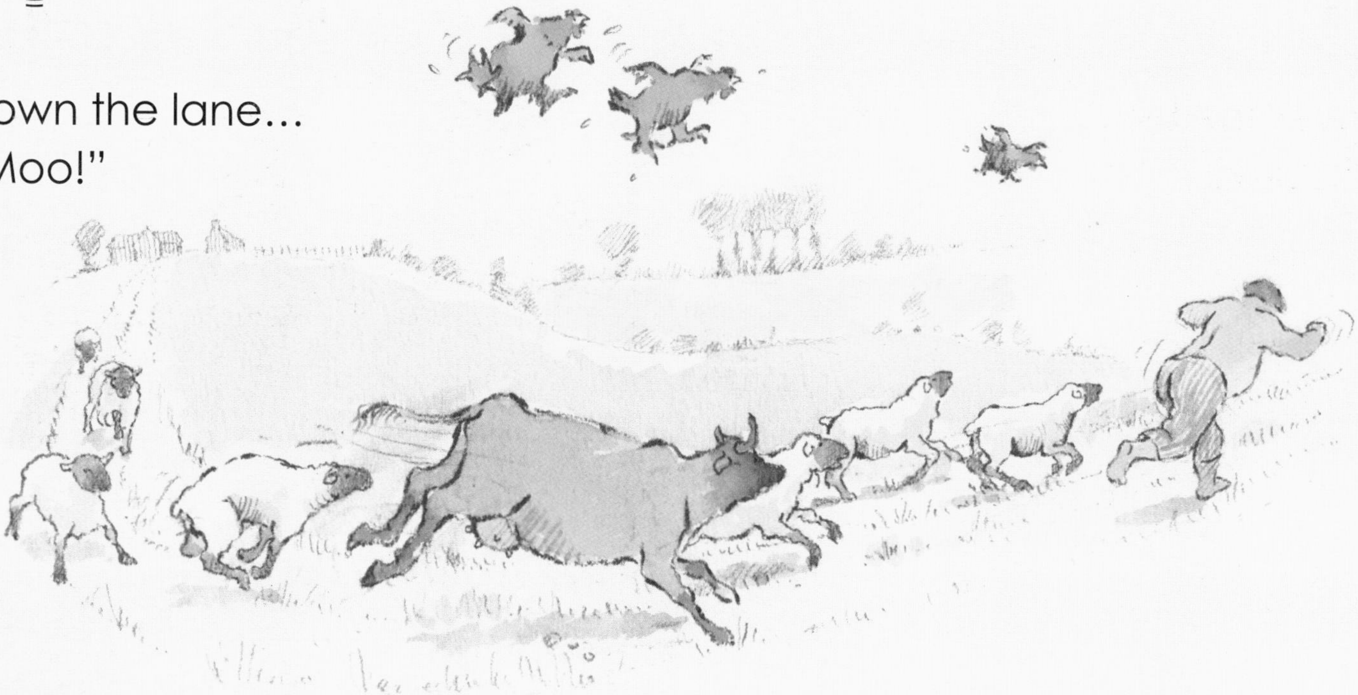

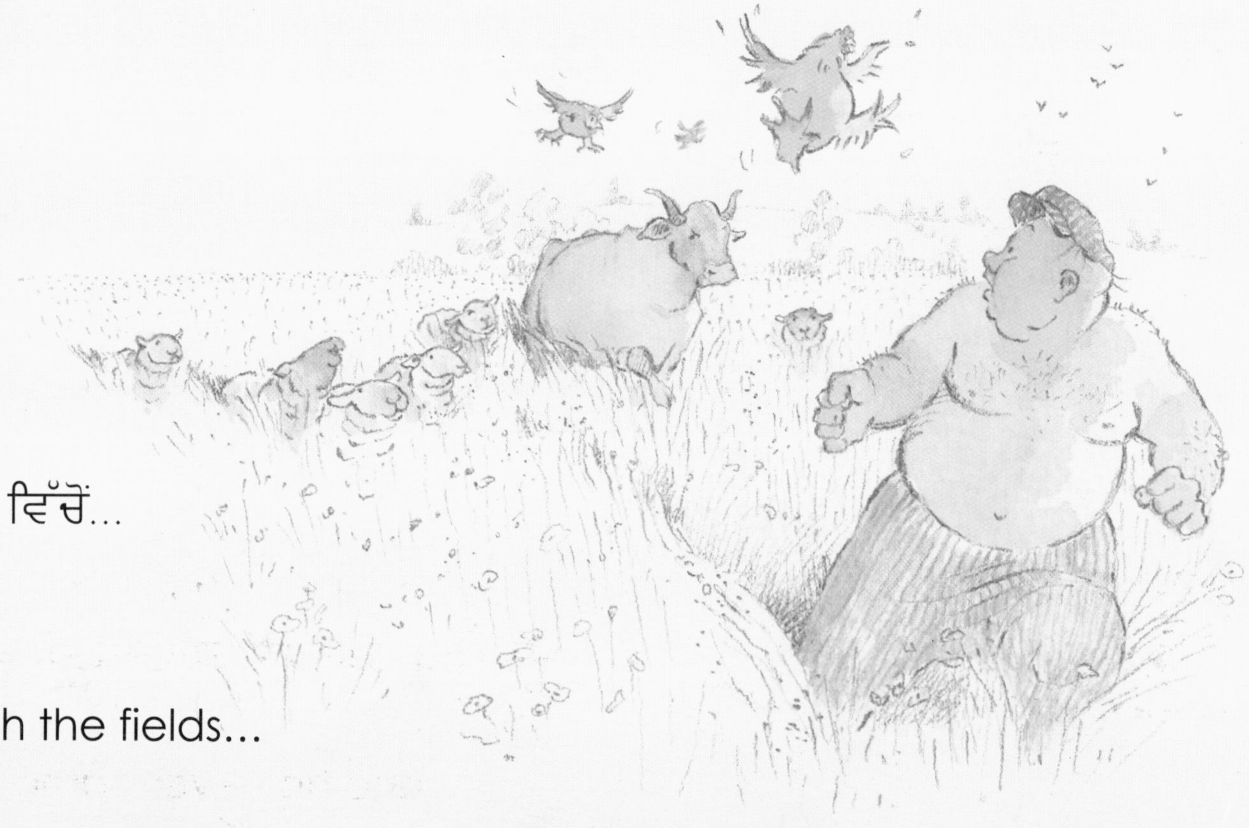

ਪਹਾੜੀ ਦੇ ਉੱਪਰੋਂ...
"ਕੁੜ ਕੁੜ!"

over the hill...
"Cluck!"

ਅਤੇ ਫਿਰ ਉਹ ਕਦੀ ਵਾਪਸ ਨਹੀਂ ਆਇਆ।

and he never came back.

ਬੱਤਖ ਸੁੱਤੀ ਉੱਠੀ ਅਤੇ ਥੱਕੀ ਹਾਰੀ
ਤੁਰਦੀ ਹੋਈ ਵਾੜੇ ਵਿੱਚ ਗਈ ਅਤੇ
ਉਹ ਇਸ ਉਡੀਕ ਵਿੱਚ ਸੀ ਕਿ
ਉਸਨੂੰ ਇਹ ਸਵਾਲ ਸੁਣੇਗਾ:
"ਕੰਮ ਕਿੱਦਾਂ ਚਲ ਰਿਹਾ ਹੈ?"
ਪਰ ਕੋਈ ਨਹੀਂ ਬੋਲਿਆ!

The duck awoke and waddled wearily into the yard expecting
to hear, "How goes the work?"
But nobody spoke!

ਫਿਰ ਗਾਂ, ਭੇਡ ਅਤੇ ਕੁਕੜੀਆਂ ਵਾਪਸ ਆ ਗਈਆਂ।
ਬੱਤਖ ਨੇ ਪੁੱਛਿਆ, "ਕੈਂ ਕੈਂ?"
ਗਾਂ ਨੇ ਕਿਹਾ, "ਮੂ ਮੂ!"
ਭੇਡਾਂ ਨੇ ਕੀਤੀ, "ਭੈਂ ਭੈਂ!"
ਕੁਕੜੀਆਂ ਨੇ ਕੀਤੀ, "ਕੁੜ ਕੁੜ!"
ਜਿਸ ਨਾਲ਼ ਬੱਤਖ ਨੂੰ ਪੂਰੀ ਕਹਾਣੀ ਦਾ ਪਤਾ ਲੱਗਾ।

Then the cow and the sheep and
the hens came back.
"Quack?" asked the duck.
"Moo!" said the cow.
"Baa!" said the sheep.
"Cluck!" said the hens.
Which told the duck
the whole story.

ਫਿਰ ਮੂ ਮੂ, ਭੈਂ ਭੈਂ, ਕੁੜ ਕੁੜ ਅਤੇ ਕੈਂ ਕੈਂ ਕਰਦੇ ਹੋਏ
ਉਹ ਸਾਰੇ ਆਪਣੇ ਖੇਤ ਵਿੱਚ ਆਪਣਾ ਆਪਣਾ ਕੰਮ
ਕਰਣ ਲੱਗ ਪਏ।

Then mooing and baaing
and clucking and quacking
they all set to work
on their farm.

Here are some other bestselling dual language

books from Mantra Lingua

for you to enjoy.